Impressum
Verlag: BABADADA GmbH, Nedderfeld 112 , 22529 Hamburg
Geschäftsführer / Verlagsleitung: Harald Hof
Druck: Books on Demand GmbH, In de Tarpen 42, 22848 Norderstedt

Imprint
Publisher: BABADADA GmbH, Nedderfeld 112 , 22529 Hamburg, Germany
Managing Director / Publishing direction: Harald Hof
Print: Books on Demand GmbH, In de Tarpen 42, 22848 Norderstedt

1

Schuel
shule

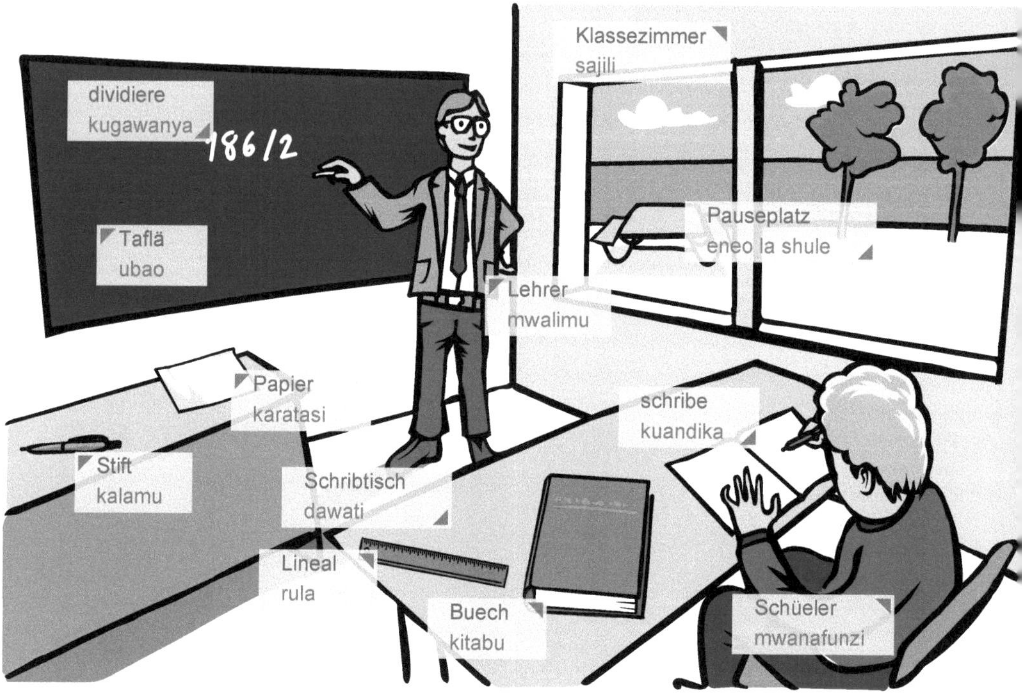

Klassezimmer
sajili
dividiere
kugawanya
186/2
Taflä
ubao
Pauseplatz
eneo la shule
Lehrer
mwalimu
Papier
karatasi
schribe
kuandika
Stift
kalamu
Schribtisch
dawati
Lineal
rula
Buech
kitabu
Schüeler
mwanafunzi

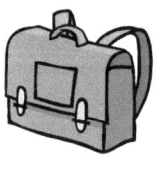

Thek
mkoba

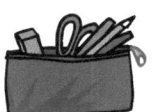

Etui
kikasha cha penseli

Bleistift
penseli

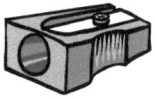

Spitzer
kichonga penseli

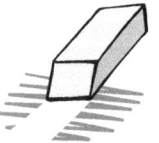

Radiergummi
mpira

Zeicheblock
pedi ya kuchora

Zeichnig

uchoraji

Pinsel

brashi ya rangi

Malchaschte

sanduku la rangi

Schär

mkasi

Liim

gundi

Üebigsheft

daftari

Huusufgabe

kazi ya nyumbani

Zahl

nambari

2+2

addiere

jumlisha

5-2

subtrahiere

ondoa

multipliziere

zidisha

rächne

kokotoa

Buechstabe

barua

Alphabet

alfabeti

Wort

neno

Text

maandishi

läse

kusoma

Kriide

chaki

Lektion

somo

Klassäbuech

sajili

Prüefig

uchunguzi

Zügnis

cheti

Schueluniform

sare za shule

Usbildig

elimu

Enzyklopädie

elezo

Universität

chuo kikuu

Mikroskop

darubini

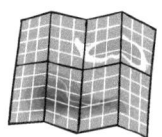

Charte

ramani

Papierchorb

kikapu cha kuweka karatasi chafu

Schuel - shule

Hotel
hoteli

Härbärg
hosteli

ROOMS

EXCHANGE

Wächselstube
ofisi ya ubadilishanaji

Koffer
sanduku

Auto
gari

Sprach	jo / nei	okay
lugha	ndiyo / la	sawa

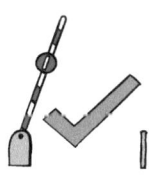

Hallo	Dolmetscher	Dankä
hujambo	mtafsiri	Asante

Was chostet…?

kiasi gani ni …?

Ich vrstahs nöd

Sielewi

Problem

tatizo

Guete Abig!

Jioni njema!

guete Morgä!

Habari za asubuhi!

guete Abig!

Usiku mwema!

Uf Wiederseh

kwa heri

Richtig

mwelekeo

Bagaasch

mizigo

Täsche

mfuko

Rucksack

shanta

Gast

mgeni

Ruum

chumba

Schlafsack

begi la kulalia

Zält

hema

Touristeninformation

taarifa ya utalii

Strand

ufuo

Kreditkarte

kadi

Zmorge

kifunguakinywa

Zmittag

chakula cha mchana

Znacht

chakula cha jioni

Billet

tiketi

Ufzug

kuinua

Briefmarke

muhuri

Gränze

mpaka

Zoll

mila

Botschaft

ubalozi

Visum

visa

Pass

pasipoti

Transport
usafiri

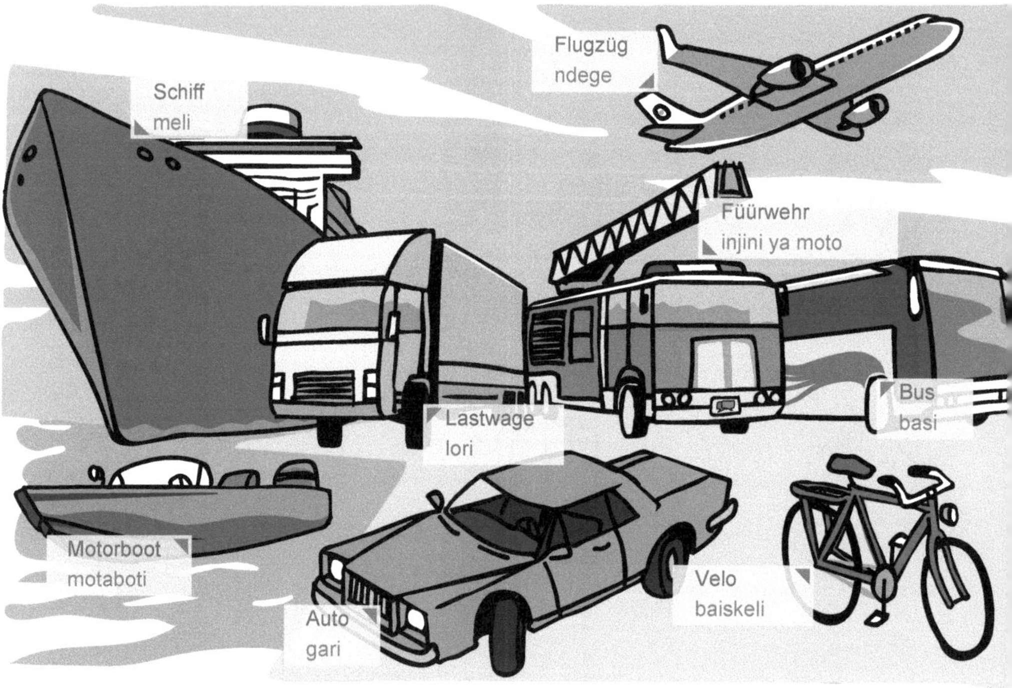
Flugzüg
ndege
Schiff
meli
Füürwehr
injini ya moto
Bus
basi
Lastwage
lori
Motorboot
motaboti
Velo
baiskeli
Auto
gari

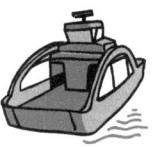

Fähri

feri

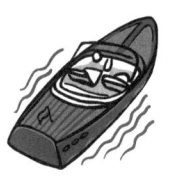

Boot

mashua

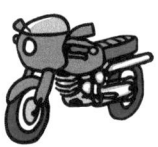

Töff

pikipiki

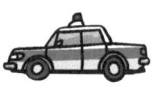

Polizeiauto

gari la polisi

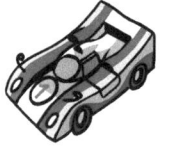

Rännauto

gari la mashindano

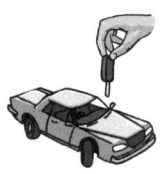

Mietwage

gari la kukodisha

Carsharing

kushiriki gari

Abschleppwage

lori la kuvuta

Chübelwage

ukusanyaji taka

Motor

motor

Benzin

mafuta

Tankstell

kituo cha mafuta

Verkehrsschild

ishara trafiki

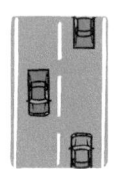

Verchehr

trafiki

Stau

msongamano

Parkplatz

maegesho

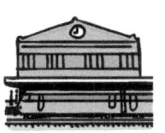

Bahnhof

kituo cha treni

Schiene

reli

Zug

garimoshi

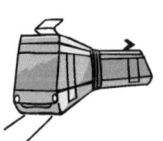

Strassebahn

tremu

Wagon

gari la mizigo

Helikopter

helikopta

Flughafe

uwanja wa ndege

Tower

mnara

Passagier

abiria

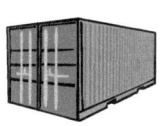

Container

chombo

Karton

katoni

Chare

mkokoteni

Korb

kikapu

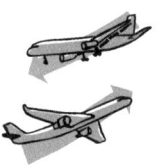

starte / lande

ondoka

Stadt
jiji

Dorf

kijiji

Stadtzentrum

katikati ya jiji

Huus

nyumba

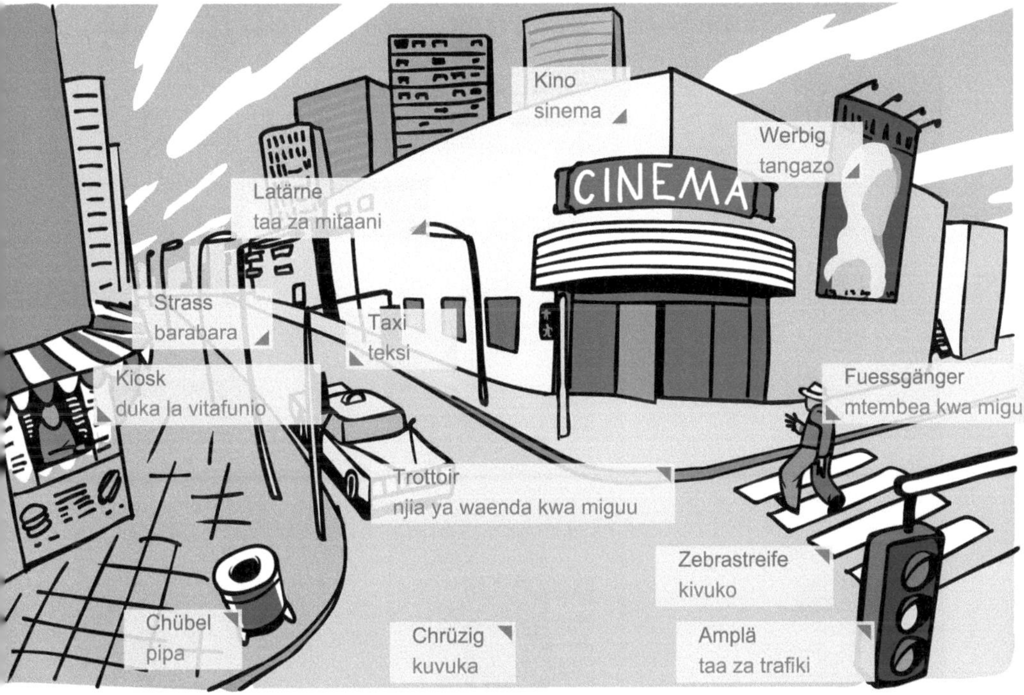
Kino
sinema
Werbig
tangazo
CINEMA
Latärne
taa za mitaani
Strass
barabara
Taxi
teksi
Kiosk
duka la vitafunio
Fuessgänger
mtembea kwa migu
Trottoir
njia ya waenda kwa miguu
Zebrastreife
kivuko
Chübel
pipa
Chrüzig
kuvuka
Amplä
taa za trafiki

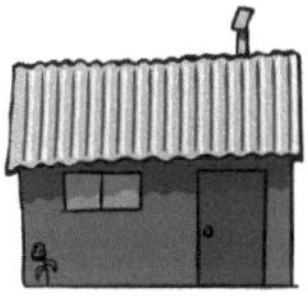

Hütte

kibanda

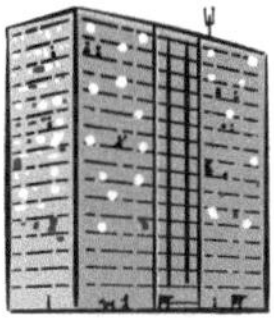

Wohnig

gorofa

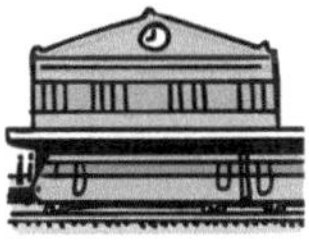

Bahnhof

kituo cha treni

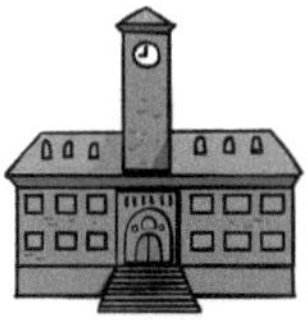

Gmeindshuus

ukumbi wa mji

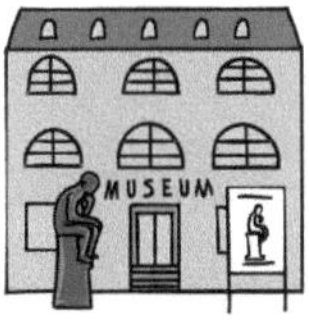
MUSEUM

Museum

Makavazi

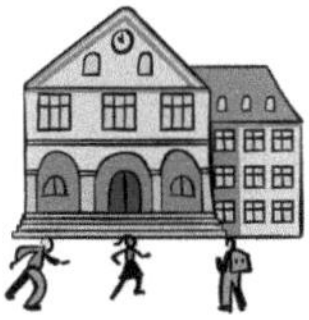

Schuel

shule

Universität

chuo kikuu

Bank

benki

Spital

hospitali

Hotel

hoteli

Apotheke

duka la dawa

Büro

ofisi

Buechgschäft

duka la kitabu

Gschäft

duka

Bluemelade

duka la maua

Läbensmittellade

dukakuu

Märt

soko

Chaufhuus

idara ya kuhifadhi

Fischhändler

mwuza samaki

Iihkaufszentrum

kituo cha ununuzi

Hafe

bandari

Park

Hifadhi

Bank

benki

Brugg

daraja

Stäge

vidato

U-Bahn

chini ya ardhi

Tunnell

handaki

Bushaltestell

kituo cha mabasi

Bar

bar

Restaurant

mgahawa

Briefchastä

sanduku la posta

Strasseschild

ishara ya barabara

Parkuhr

mita ya maegesho

Zolli

bustani ya wanyama

Badi

kidimbwi cha kuogelea

Moschee

msikiti

Buurehof

shamba

Umwältvrschmutzig

uchafuzi

Fridhof

makaburini

Chile

kanisa

Spielplatz

uwanja wa michezo

Tämpel

hekalu

Landschaft

mazingira

Blatt
jani

Wägwiiser
ishara ya mwelekeo

Wäg
njia

Wise
malisho

Stei
jiwe

Wanderer
mtembeaji wa masafa

Baum
mti

Fluss
mto

Gras
nyasi

Bluamä
ua

Tal
bonde

Bärg
kilima

See
ziwa

Wald
msitu

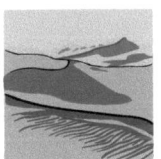

Wüeschti
jangwa

Vulkan
volkano

Schloss
ngome

Rägeboge
upinde wa mvua

Pilz
uyoga

Palme
mtende

Moskito
mbu

Fliege
kuruka

Ameise
chungu

Biendli
nyuki

Spinne
buibui

Chäfer

mende

Frosch

chura

Eichhörnli

kuchakuro

Igel

nungunungu

Haas

sungura

Üle

bundi

Vogu

ndege

Schwan

swan

Wildschwein

nguruwe mwitu

Hirsch

kulungu

Elch

aina ya kongoni

Damm

bwawa

Windturbine

tabo ya upepo

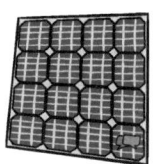

Sunnekollektor

nishaji ya jua

Klima

hali ya hewa

Restaurant
mgahawa

Chällner
mhudumu
Spiischartä
menyu
Stuehl
kiti
Suppä
supu
Pizza
piza
Bsteck
vilia
Tischdecki
kitambaa cha mezani

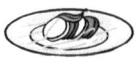

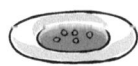

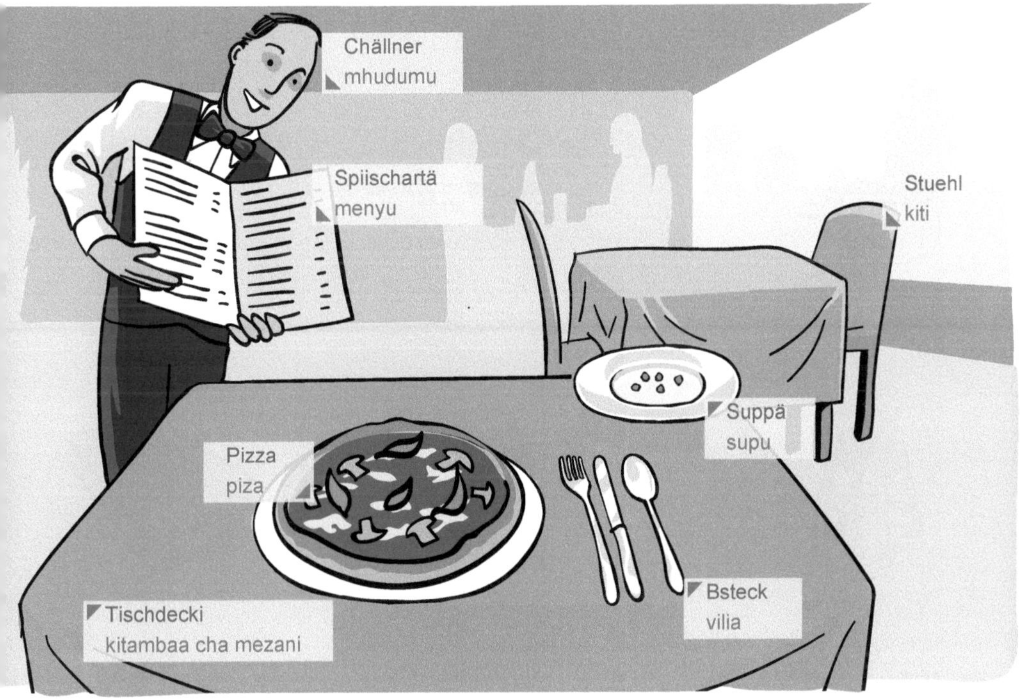

Vorspiies

kiamsha hamu

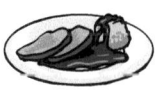

Hauptgricht

kozi kuu

Dessert

kitindamlo

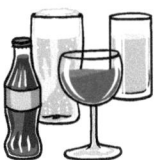

Getränk

vinywaji

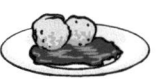

Läbensmittel

chakula

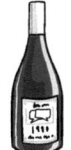

Fläsche

chupa

Fast Food

chakula cha haraka

Street Food

Streetfood

Teechanne

buli

Zuckerdosä

kisanduku cha sukari

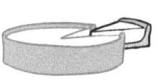

Portion

sehemu

Espressomaschine

mashine ya espresso

Hochstuehl

kiti kirefu

Rächnig

muswada

Tablett

trei

Mässer

kisu

Gable

uma

Löffel

kijiko

Teelöffel

kijiko cha chai

Serviette

nepi

Glas

glasi

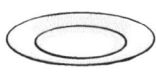

Täller
sahani

Suppetällär
sahani ya supu

Untertasse
sufuria

Sose
mchuzi

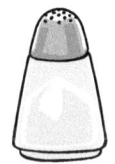

Salzstreuer
kichanyaji chumvi

Pfäffermühli
kinu cha pilipili

Essig
siki

Öl
mafuta

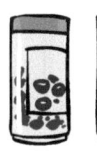

Gwürz
viungo

Ketchup
kechapu

Sänf
haradali

Mayonnaise
kachumbari nzito

Läbensmittellade

dukakuu

Ahgebot
ofa maalum
FOR
Chund
mteja
Milchprodukt
maziwa
Frücht
matunda
lichaufswage
toroli

BUTCHERS

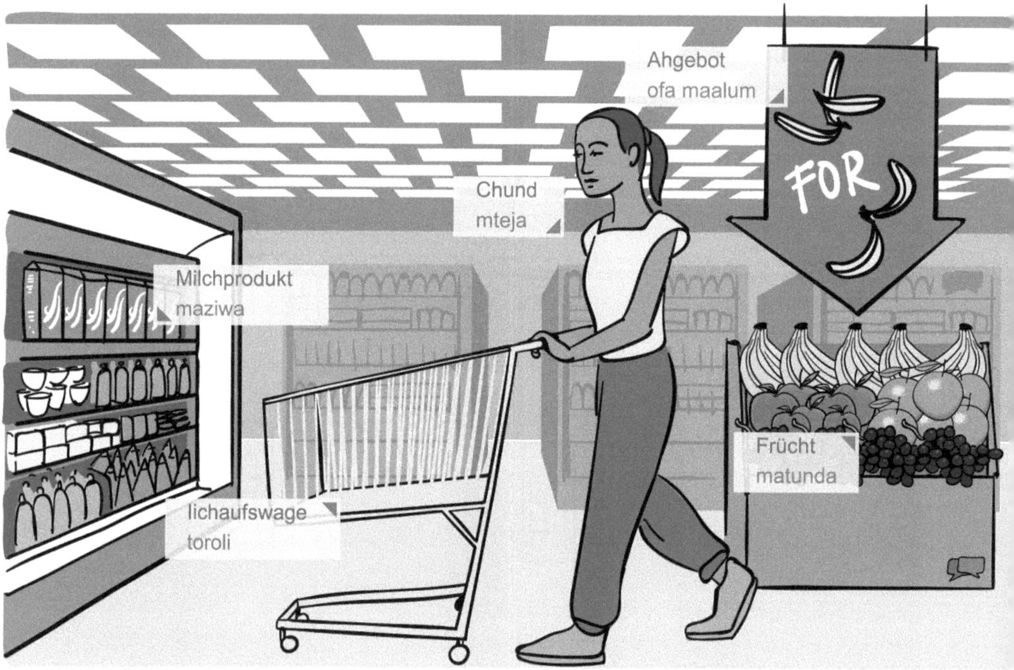

Schlachter

mchinjaji

BAKERY

Beck

mwokaji

wiege

uzito

Gmües

mboga

Fleisch

nyama

Tiefkühlprodukt

chakula waliohifadhiwa

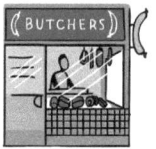

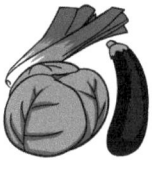

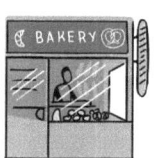

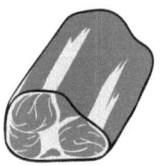

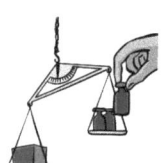

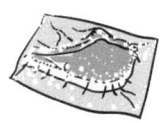

Ufschnitt
ipande vya nyama baridi

die Konsärve
chakula cha kopo

Wöschmittel
sabuni ya unga

Süessigkeite
pipi

Huushaltartikel
bidhaa za kaya

Putzmittel
bidhaa za kusafisha

Verchäuferin
mtu mauzo

Kassä
mpaka

Kassierer
keshia

Ihchaufsliste
orodha ya manunuzi

Öffnigszite
masaa ya ufunguzi

das Portemonnaie
mkoba

Kreditkarte
kadi

Täsche
mfuko

Plastiksack
mfuko wa plastiki

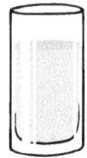

Wasser

maji

Saft

sharubati

Milch

maziwa

Cola

coke

Wii

mvinyo

Bier

bia

Alkohol

pombe

Ovi

kakao

Tee

chai

Kafi

kahawa

Espresso

spreso

Cappuccino

kapuchino

Banane

ndizi

Öpfel

tufaha

Orange

machungwa

Melone

tikiti

Zitrone

lemon

Rüebli

karoti

Chnoobli

kitunguu saumu

Bambus

mianzi

Zwiblä

kitunguu

Pilz

uyoga

Nüss

karanga

Nudle

nudo

Spaghetti

spageti

Riis

mpunga

Salat

saladi

Pommfrit

vibanzi

Bratherdöpfel

viazi vya kukaanga

Pizza

piza

Hamburgär

hambaga

Sandwich

sandwichi

Gotlett

kipande

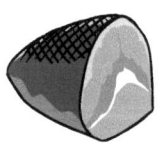

Schinkä

paja la mnyama

Salami

salami

Würschtli

soseji

Huehn

kuku

Bratä

choma

Fisch

samaki

Haferflocke

oats ya uji

Müesli

muesli

Cornflakes

cornflakes

Mähl

unga

Gipfeli

kroisanti

Brötli

andazi

Brot

mkate

Toscht

mkate wa kubanika

Guetzli

biskuti

Butter

siagi

Quark

maziwa mgando

Chueche

keki

Ei

yai

Spiegelei

yai kukaanga

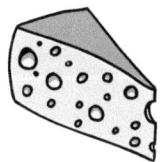

Chäs

jibini

Glace

aiskrimu

Zucker

sukari

Honig

asali

Gonfi

jemu

Nougat-Creme

kuenea kwa chokoleti

Curry

mchuzi wa viungo

Buurehof
shamba

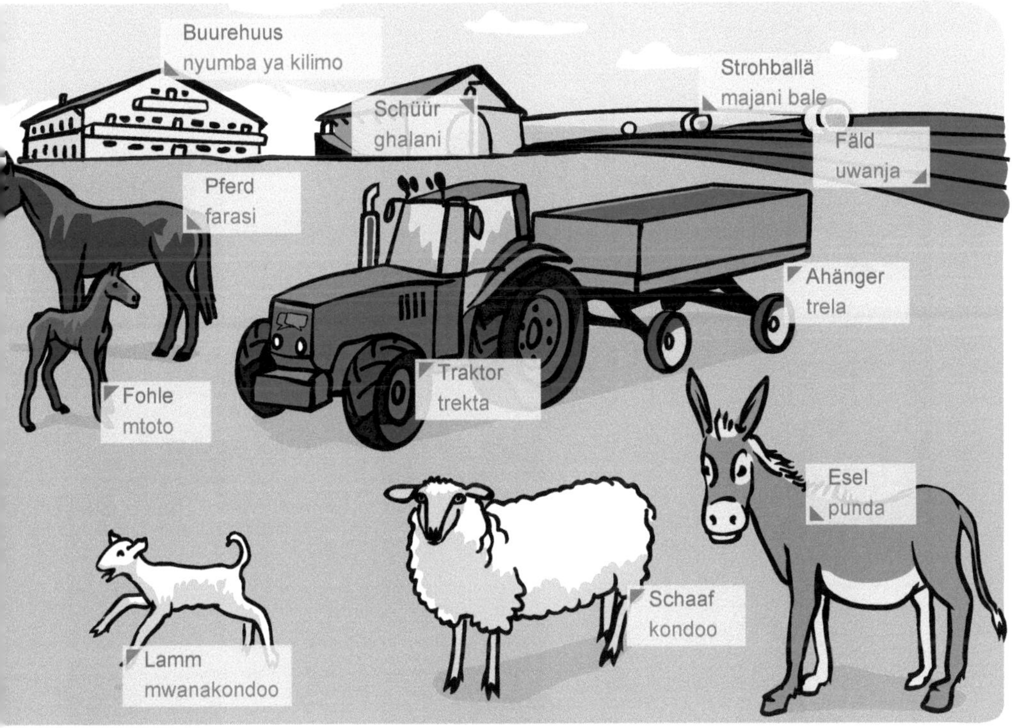

Buurehuus
nyumba ya kilimo
Schüür
ghalani
Strohballä
majani bale
Fäld
uwanja
Pferd
farasi
Ahänger
trela
Fohle
mtoto
Traktor
trekta
Esel
punda
Schaaf
kondoo
Lamm
mwanakondoo

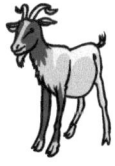

Geiss

mbuzi

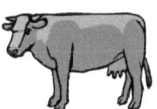

Chueh

ng'ombe

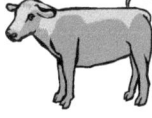

Chalb

ndama

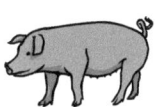

Sau

nguruwe

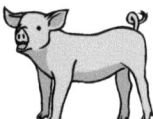

Ferkel

mwananguruwe

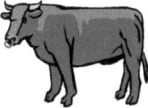

Rind

fahali

Gans

batabukini

Änte

bata

Küke

kifaranga

Huähn

kuku

Güggel

jogoo

Ratte

panya

Chatz

paka

Muus

panya

Ochse

ng'ombe

Hund

mbwa

Hundehütte

nyumba ya mbwa

Garteschluuch

bomba la bustani

Giesschanne

debe la kumwagilia maji

Sägese

fyekeo

Pflueg

kulima

Sichel

mundu

Hacke

jembe

Heugable

uma wa nyasi

Axt

shoka

Garette

toroli

Trog

kupitia nyimbo

Milchchanne

chombo cha maziwa

Sack

gunia

Haag

ua

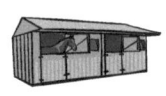

Gadä

imara

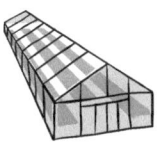

Gwächshuus

chafu

Bode

udongo

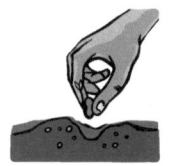

Soome

mbegu

Dünger

mbolea

Mähdrescher

kivunaji

ärnte
mavuno

Ärnte
mavuno

Yamswurzle
viazi vikuu

Weize
ngano

Soja
soya

Härdöpfel
viazi

Mais
mahindi

Raps
rapa

Obstbaum
mti wa matunda

Maniok
muhogo

Getreide
nafaka

Huus
nyumba

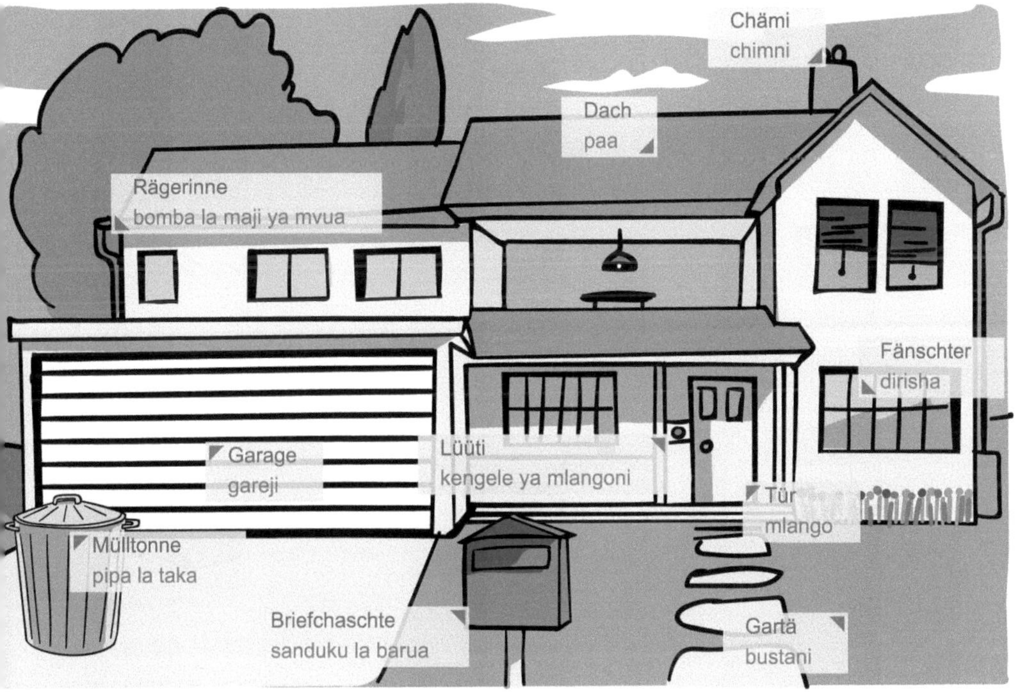

Chämi
chimni
Dach
paa
Rägerinne
bomba la maji ya mvua
Fänschter
dirisha
Garage
gareji
Lüüti
kengele ya mlangoni
Tür
mlango
Mülltonne
pipa la taka
Briefchaschte
sanduku la barua
Gartä
bustani

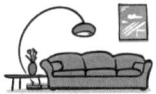

Stubä

sebuleni

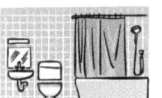

Badzimmer

bafu

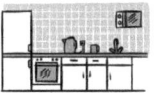

Chuchi

jikoni

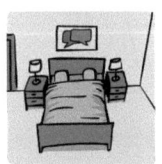

Schlofzimmer

chumba cha kulala

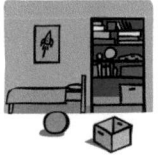

Chinderzimmer

chumba ya mtoto

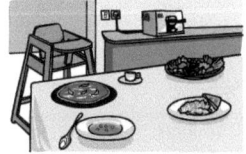

Ässzimmer

chumba cha kulia

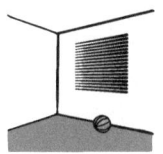

Bodä
sakafu

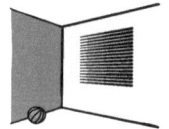

Wand
ukuta

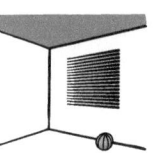

Decki
dari

Chäller
pishi

Sauna
sauna

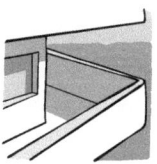

Balkon
roshani

Terasse
mtaro

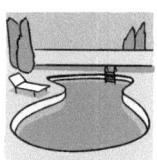

Pool
kidimbwi

Rasemäier
mashine ya kukata nyasi

Bettbezug
karatasi

Bettdecki
kitambaa cha kupamba
kitanda

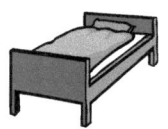

Bett
kitanda

Bäse
ufagio

Chübel
ndoo

Schalter
kubadili

Stubä
sebuleni

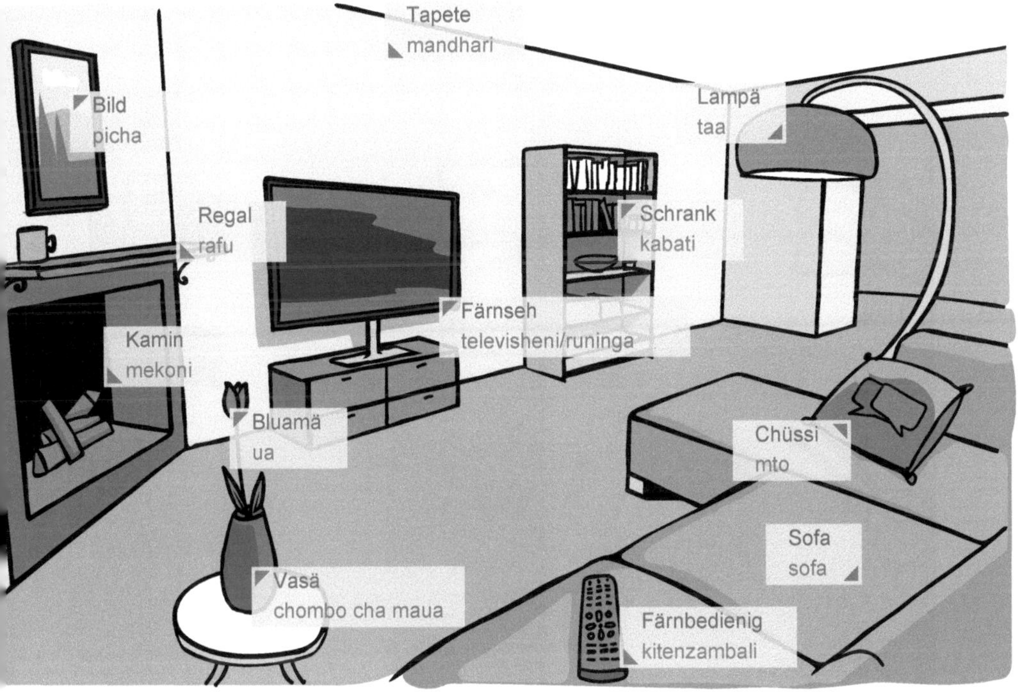

Tapete
mandhari
Bild
picha
Lampä
taa
Regal
rafu
Schrank
kabati
Färnseh
televisheni/runinga
Kamin
mekoni
Bluamä
ua
Chüssi
mto
Sofa
sofa
Vasä
chombo cha maua
Färnbedienig
kitenzambali

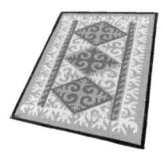

Teppich

zulia

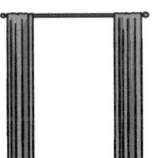

Vorhang

pazia

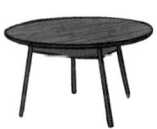

Tisch

meza

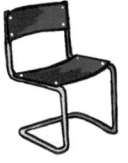

Stuehl

kiti

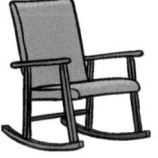

Schaukelstuehl

kiti cha bembea

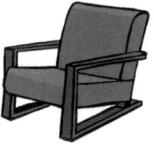

Sässel

armchair

Buech

kitabu

Decki

blanketi

Dekoration

mapambo

Füürholz

kuni

Film

filamu

Stereoahlag

kifaa cha hi-fi

Schlüssel

ufunguo

Ziitig

gazeti

Bild

uchoraji

Poster

bango

Radio

redio

Notizblock

daftari

Staubsuuger

kifyonza

Kaktus

dungusi kakati

Chärze

mshumaa

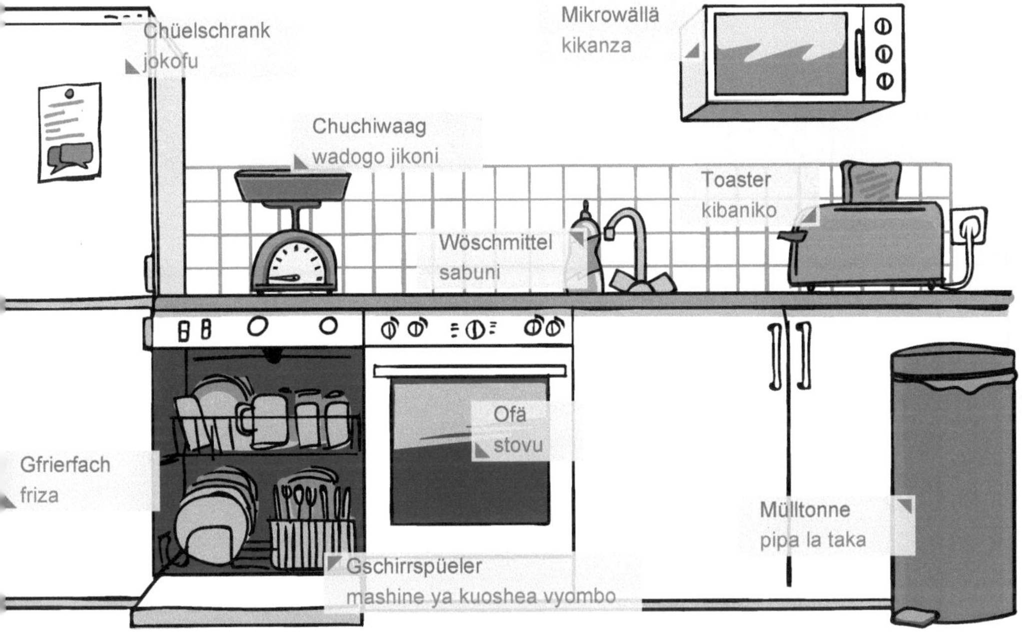

Chüelschrank
jokofu

Mikrowällä
kikanza

Chuchiwaag
wadogo jikoni

Toaster
kibaniko

Wöschmittel
sabuni

Ofä
stovu

Gfrierfach
friza

Mülltonne
pipa la taka

Gschirrspüeler
mashine ya kuoshea vyombo

Härd

jiko la kupika

Topf

chungu

Iisetopf

sufuria ya chuma

Wok / Kadai

wok / kadai

Pfanne

kaango

Wasserchocher

birika

Dampfer

stima

Bachbläch

sinia ya kuoka

Gschirr

vyombo vya udongo

Bächer

kombe

Schale

bakuli

Stäbli

vijiti vya kulia

Suppechellä

ukawa

Pfannewänder

mwiko mpana

Schneebäse

burashi

Sieb

kichujio

Sieb

chujio

Raffle

mbuzi

Mörser

chokaa

Grill

barbeque

Füürstell

moto wazi

Schniidbrätt

ubao wa majaribio

Nudelholz

kijiti cha kusukuma unga

Korkäzieher

kizibuo

Dosä

kopo

Dosäöffner

inaweza kopo

Topflappä

kishikio cha chungu

Wöschbecki

karo

Bürste

brashi

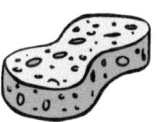

Schwumm

sifongo

Mixer

kisagaji matunda

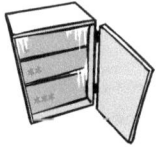

Gfrierschrank

friji ya kina

Babyfläschli

chupa ya mtoto

Hahnä

bomba

Badzimmer
bafu

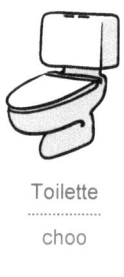

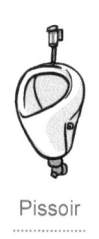

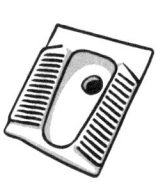

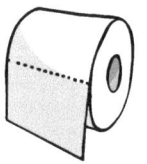

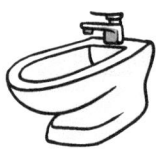

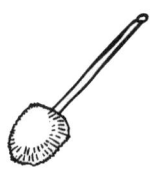

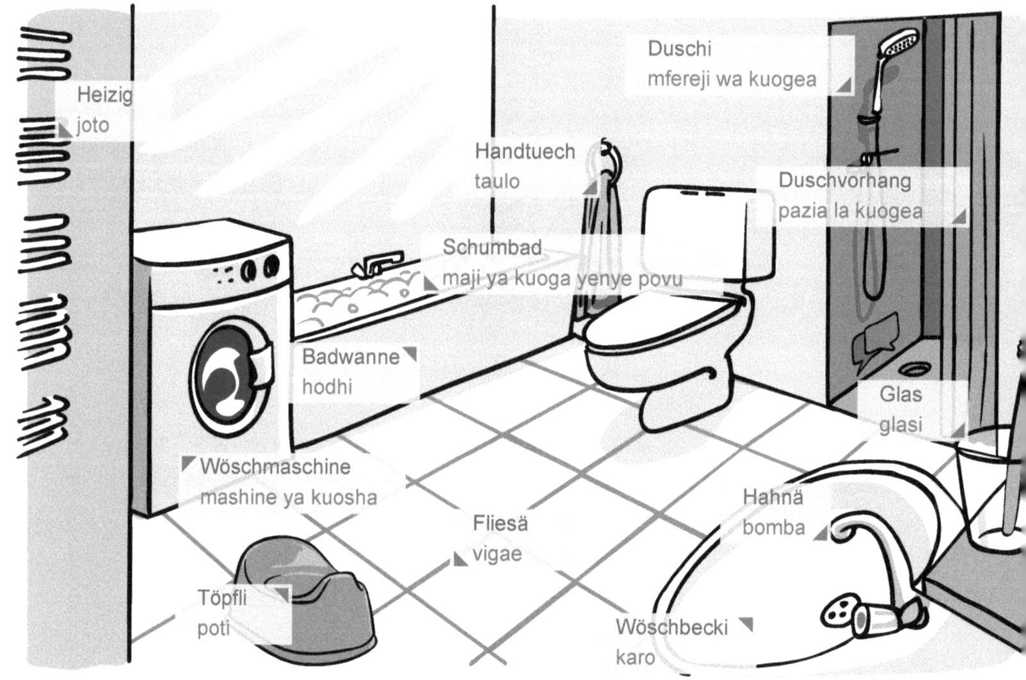
Heizig
joto
Duschi
mfereji wa kuogea
Handtuech
taulo
Duschvorhang
pazia la kuogea
Schumbad
maji ya kuoga yenye povu
Badwanne
hodhi
Glas
glasi
Wöschmaschine
mashine ya kuosha
Hahnä
bomba
Fliesä
vigae
Töpfli
poti
Wöschbecki
karo

Toilette

choo

Plumpsklo

choo cha squat

Bidet

beseni la mviringo

Pissoir

choo cha umma

Toilettepapier

shashi

Toilettebürschteli

brashi ya choo

Zahbürstä

mswaki

Zahpasta

dawa ya meno

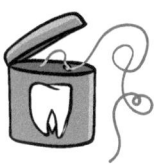

Zahnsiide

dawa ya meno

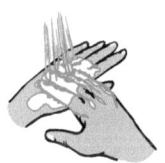

wäsche

safisha

Handduschi

kuoga mkono

Intiimduschi

msukumo wa maji

Wöschbecki

bonde

Ruggäbürste

mpako wa pili

Seifä

sabuni

Duschgel

jeli ya kuogea

Shampoo

shampuu

Waschlappä

flana

Abfluss

toa maji

Creme

krimu

Deo

kiondoa harufu

Spiegel

kioo

Handspiegel

kioo mkono

Rasierer

kinyozi

Rasierschuum

povu la kunyoa

Aftershave

baada ya kunyoa

Schträäl

kichana

Bürstä

brashi

Föhn

kikausha nywele

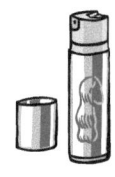

Hoorspray

marashi ya nyewele

Makeup

vipodozi

Lippestift

kidomwa

Nagellack

varnish ya msumari

Wattä

pamba

Nagelscher

mkasi wa kucha

Parfum

manukato

Necessaire
mkoba wa kuosha

Schemel
kinyesi

Waag
mizani

Badmantel
nguo ya kuoga

Gummihändscheh
glavu za mpira

Tampon
kisodo

Damebinde
sodo

chemischi Toilette
kemikali choo

Chinderzimmer

chumba ya mtoto

Wecker
saa ya kengele
Kuscheltier
kidoli cha kupakata
Spielzügauto
gari bandia
Rassle
kelele
Puppehuus
chumba cha midoli
Gschänk
sasa

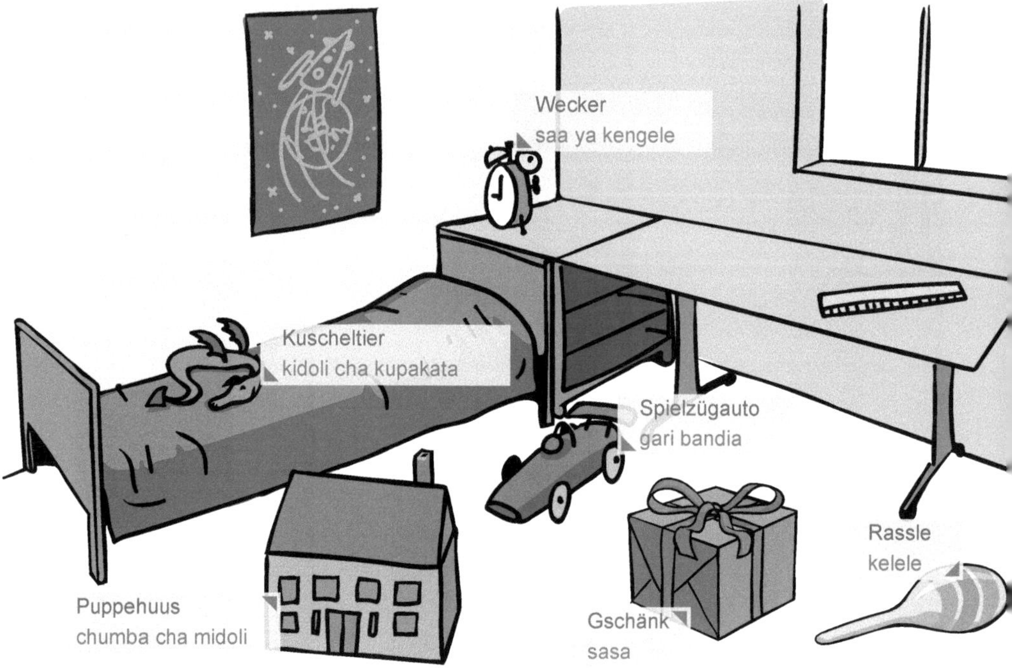

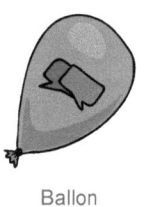

Ballon
baluni

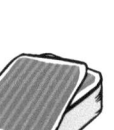

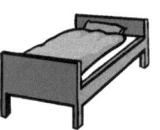

Bett
kitanda

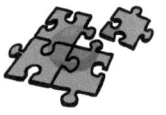

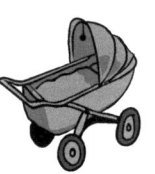

Chinderwage
mashua

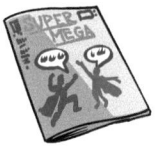

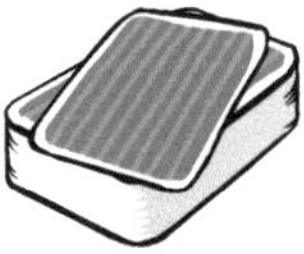

Chartespiel
staha ya kadi

Puzzle
mchezo-fumb

SUPER
MEGA

Comic
vichekesho

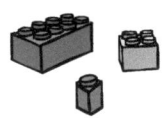

Legos

matofali lego

Baustei

vitalu mwigo

Action Figur

hatua takwimu

Strampli

suti ya kulalia

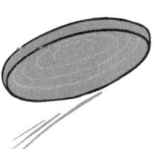

Frisbee

kisahani

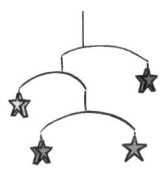

Mobile

simu

Brättspiel

ubao wa michezo

Würfäl

kete

Modellisebahn

garimoshi mwigo

Nuggi

dummy

Party

chama

Bilderbuch

picha kitabu

Ball

mpira

Puppä

kikaragosi

spiele

kucheza

Sandchaschte

shimo la mchanga

Gigampfi

bembea

Spielzüg

vitu bandia

Videospielkonsole

kiweko cha video ya mchezo

Dreirad

baiskeli ya magurudumu

matatu

Teddy

mwanasesere

Chleiderschrank

kabati

Chleidig

nguo

Sockä

soksi

Strümpf

stokingi

Strumpfhosä

kibano

Schal
skafu

Gürtel
ukanda

Rägeschirm
mwavuli

T-Shirt
fulana

Stiefel
viatu

Badschlappe
ndara

Turnschueh
wakufunzi

Sandalä
malapa

Schueh
viatu

Gummistiefel
mabuti ya mpira

Untrhosä
suruali ya ndani

BH
sidiria

Underlibli
fulana

Body

mwili

Hosä

suruali

Jeans

dangirizi

Rock

sketi

Bluse

blauzi

Hömli

shati

Pulli

vuta

Kapuzepulli

sweta

Blazer

bleza

Jacke

jaketi

Mantel

koti

Rägämantel

koti la mvua

Chostüm

maleba

Chleid

gauni

Hochziitskleid

mavazi ya harusi

Ahzug

suti

Nachthömli

vazi la usiku

Pyjama

pajama

Sari

sari

Chopftuäch

skafu

Turban

kilemba

Burka

burka

Kaftan

kaftan

Abaya

abaya

Badchleid

vazi la kuogelea

Badhose

vazi la kiume la kuogelea

churzi Hosä

kaptura

Trainer

teitei

Schürze

aproni

Händsche

glavu

Chnopf

kifungo

Brüllä

glasi

Armband

bangili

Chetti

mkufu

Ring

pete

Ohrering

herini

Chappe

kofia

Chleiderbügel

kiango cha koti

Huet

kofia

Grawattä

tai

Riissverschluss

zipu

Helm

kofia

Hosäträger

kanda za suruali

Schueluniform

sare za shule

Uniform

sare

Lätzli
....
bibu

Nuggi
....
dummy

Windle
....
nepi

Büro
ofisi

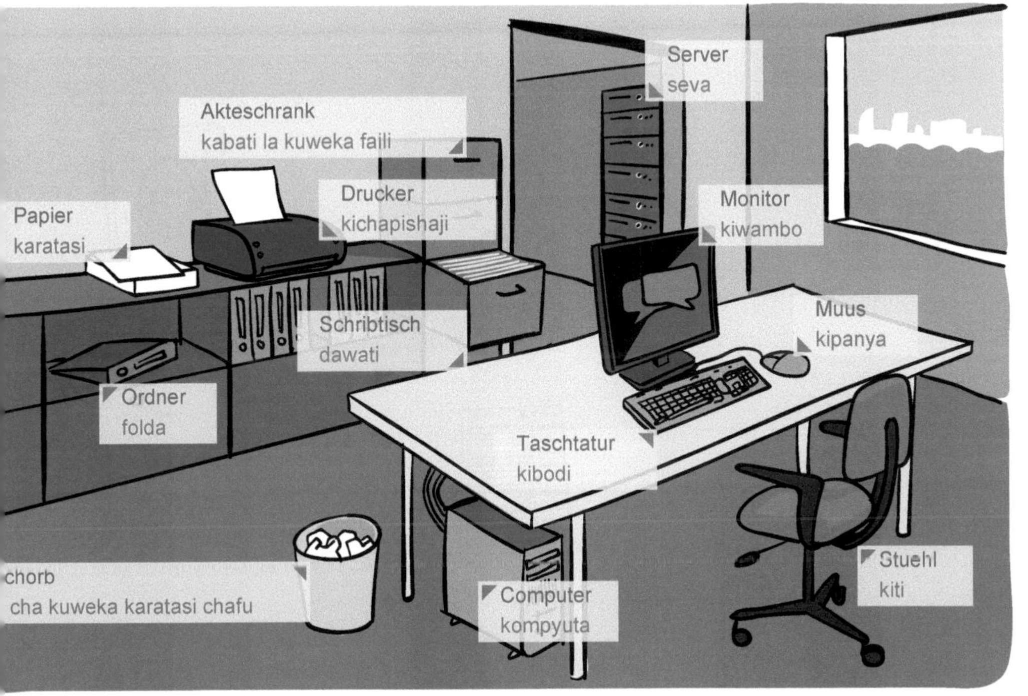

Server
seva

Akteschrank
kabati la kuweka faili

Drucker
kichapishaji

Monitor
kiwambo

Papier
karatasi

Schribtisch
dawati

Muus
kipanya

Ordner
folda

Taschtatur
kibodi

chorb
cha kuweka karatasi chafu

Computer
kompyuta

Stuehl
kiti

Kafibächer
....
kmobe la kahawa

Tascherächner
....
kikokotoo

Internet
....
biashara

Laptop
mbali

Brief
barua

Nochricht
ujumbe

Mobiltelefon
rununu

Netzwärk
intaneti

Kopierer
fotokopia

Software
programu

Telefon
simu

Steckdosä
soketi

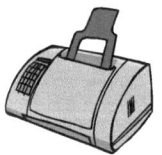

Fax
kipepesi

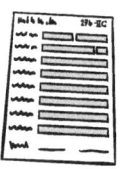

Formular
fomu

Dokumänt
hati

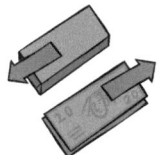

chaufe

kununua

zahle

kulipa

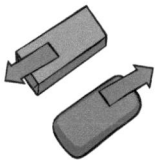

handle

biashara

Gäld

fedha

Dollar

dola

Euro

yuro

Yen

yeni

Rubel

rouble

Frankä

faranga ya Uswisi

Renminbi Yuan

renminbi yuan

Rupie

rupia

Gäldautomat

eneo la kulipia

Wächselstube

ofisi ya ubadilishanaji

Gold

dhahabu

Silber

fedha

Öl

mafuta

Energie

nishati

Priis

bei

Vertrag

mkataba

Stüür

kodi

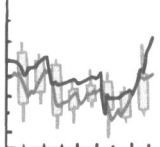

Aktie

bidhaa

schaffe

kazi

Mitarbeiter

mfanyakazi

Arbeitgeber

mwajiri

Fabrik

kiwanda

Gschäft

duka

Polizischt
afisa wa polisi

Füürwehrmaa
mzimamoto

Choch
mpishi

Arzt
daktari

Pilot
rubani

Gärtner

mtunza bustani

Zimmermah

seremala

Näheri

mshonaji

Richter

hakimu

Chemiker

mwanakemia

Darsteller

muigizaji

Busfahrer

dereva wa basi

Taxifahrer

dereva wa teksi

Fischer

mvuvi

Putzfrau

mwanamke wa kusafisha

Dachdecker

mwezekaji

Chällner

mhudumu

Jäger

mwindaji

Moler

mchoraji

Bäcker

mwokaji

Elektriker

umeme

Bauarbeiter

mjenzi

Ingenieur

mhandisi

Schlachter

mchinjaji

Klämpner

fundi bomba

Pöschtler

mwanaposta

Soldat

mwanajeshi

Architekt

msanifu majengo

Kassierer

keshia

Florischt

muuza maua

Frisör

msusi

Kontrolleur

kondakta

Mechaniker

mekanika

Kapitän

nahodha

Zahnarzt

daktari wa meno

Wüsseschaftler

mwanasayansi

Rabbi

rabbi

Imam

imamu

Mönch

mtawa

Pfarrer

kasisi

Werkzüüg

zana

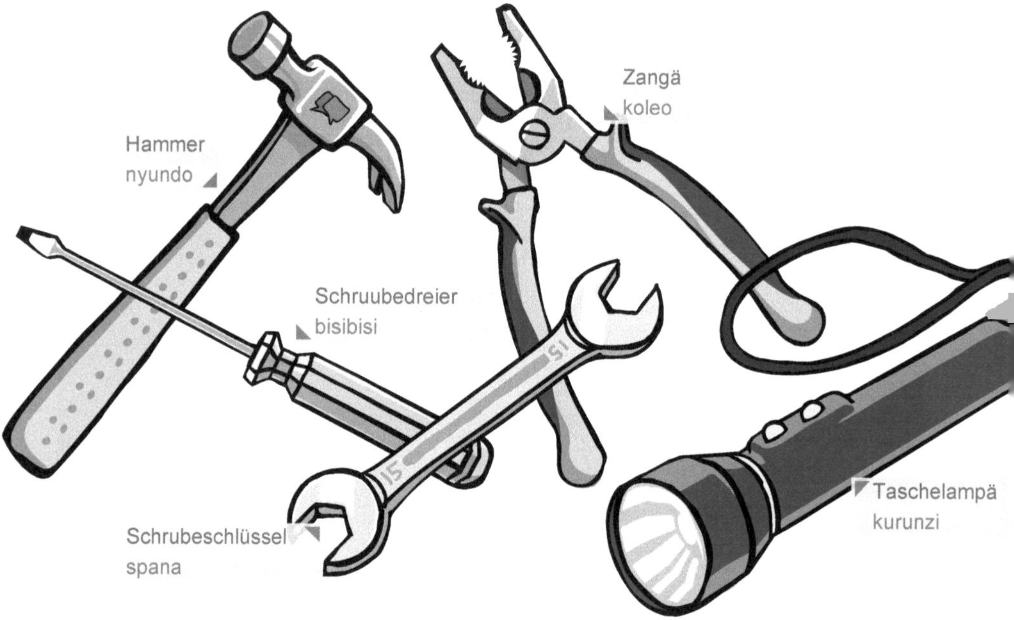

Hammer
nyundo
Zangä
koleo
Schruubedreier
bisibisi
Schrubeschlüssel
spana
Taschelampä
kurunzi

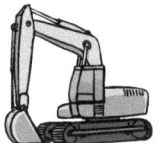

Bagger

mchimbaji

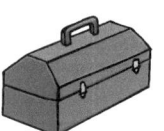

Werkzüügchaschte

sanduku la vifaa

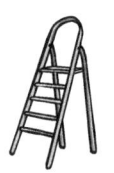

Leitere

ngazi

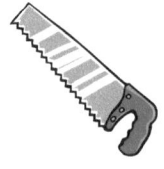

Sagi

msumeno

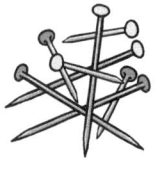

Negel

misumari

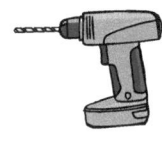

Bohrer

kuchimba visima

flicke

kukarabati

Schufle

sepetu

Mischt!

Lo!

Ascheschufle

kishikio cha uchafu

Farbchübel

chungu cha rangi

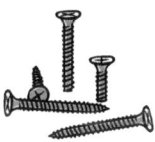

Schruube

skurubu

Musiginstrumänt
ala za muziki

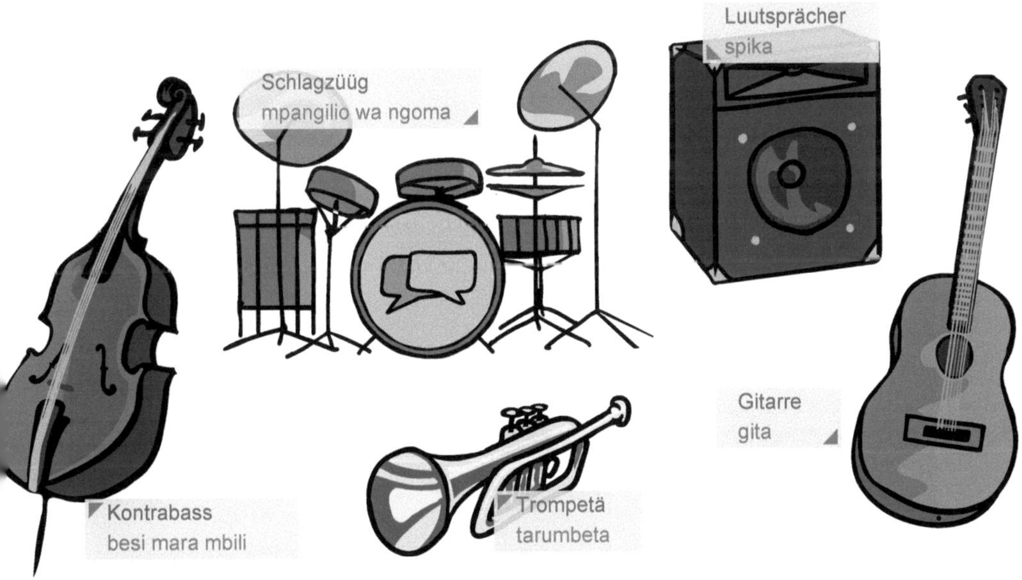

Schlagzüüg
mpangilio wa ngoma

Luutsprächer
spika

Gitarre
gita

Kontrabass
besi mara mbili

Trompetä
tarumbeta

Klavier

piano

Violine

fidla

Bass

ubeji

Pauke

timpani

Trummle

ngoma

Keyboard

kibodi

Saxophon

saksafoni

Flöte

filimbi

Mikrofon

maikrofoni

Zolli

bustani ya wanyama

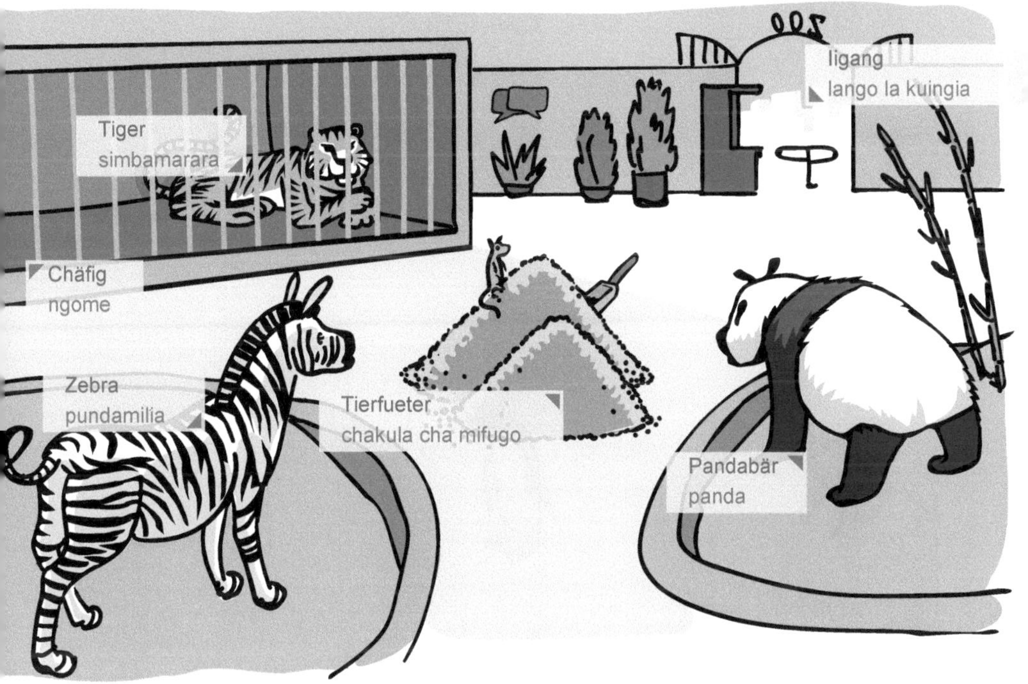
ligang
lango la kuingia
Tiger
simbamarara
Chäfig
ngome
Zebra
pundamilia
Tierfueter
chakula cha mifugo
Pandabär
panda

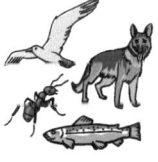

Tier
wanyama

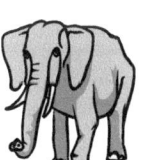

Elefant
tembo

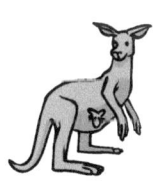

Känguru
kangaruu

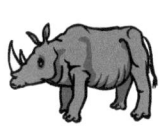

Nashorn
kifaru

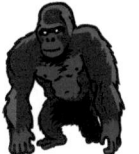

Gorilla
sokwe

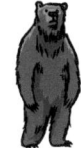

Bär
dubu

Kamel

ngamia

Struss

mbuni

Leu

simba

Aff

tumbili

Flamingo

heroe

Papagei

kasuku

Iisbär

dubu

Pinguin

penguini

Hai

papa

Pfau

tausi

Schlangä

nyoka

Krokodil

mamba

Zoowärter

mtunza wanyama

Robbä

muhuri

Jaguar

jaguar

Pony

mwanafarasi

Leopard

chui

Nilpfärd

kiboko

Giraff

twiga

Adler

tai

Wildschwein

nguruwe mwitu

Fisch

samaki

Schildkrot

kobe

Walross

sili

Fuchs

mbweha

Gazelle

paa

Sport
michezo

American Football
soka ya marekani

Velofahre
uendeshaji baiskeli

Tennis
tenisi

Basketball
mpira wa kikapu

Schwümmä
kuogelea

Boxä
ndondi

Iishockey
magongo ya barafuni

Fuessball

soka

Badminton

vinyoya

Liechtathletik

riadha

Handball

mpira wa mikono

Skifahre

skii

Polo

polo

Aktivitäte
shughuli

springä
kuruka
umarme
kumbatia
lachä
cheka
gah
kutembea
singe
kuimba
troime
ota ndoto
bätte
kuomba
küssä
busu

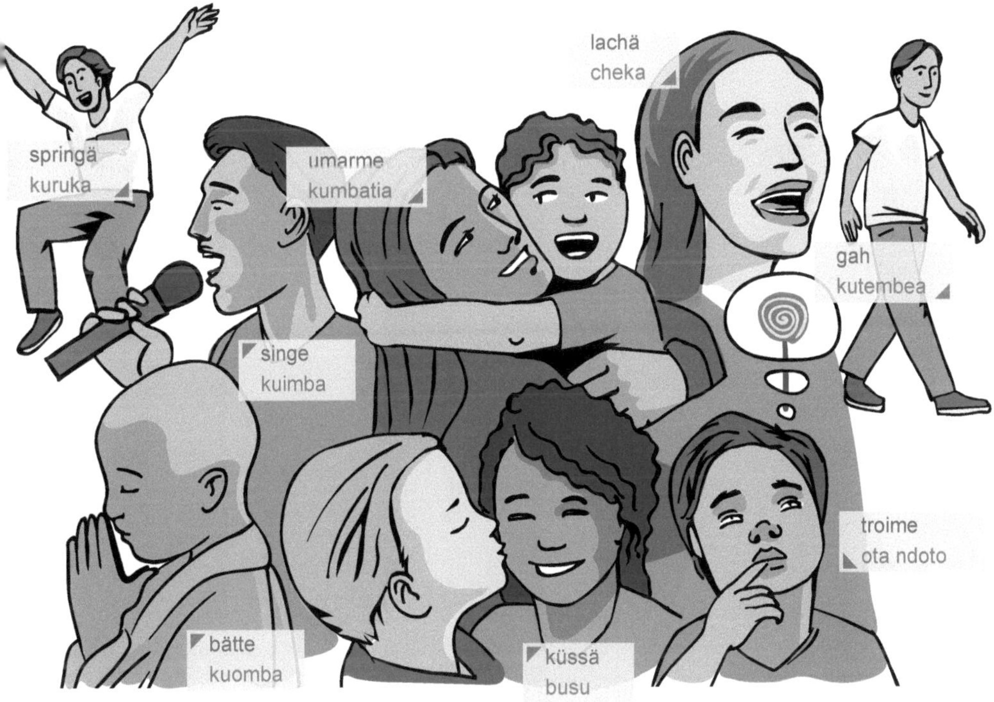

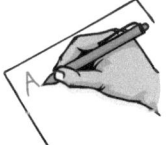

schribe

kuandika

zeichne

kuteka

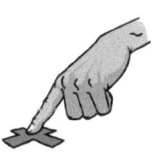

zeige

angalia

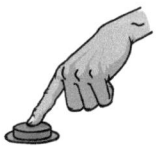

schiebe

sukuma

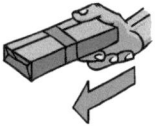

gäh

kutoa

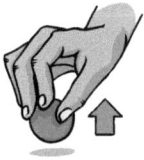

näh

kuchukua

händ
kuwa

mache
fanya

sy
kuwa

stah
kusimama

laufe
kukimbia

zieh
vuta

rüerä
kutupa

fallä
kuanguka

ligge
hadaa

warte
kusubiri

träge
kubeba

sitze
kukaa

ahzieh
vaa nguo

schlafe
usingizi

ufwache
kuamka

ahluege

kuangalia

brüele

lia

striichle

kiharusi

bürste

chana nywele

redä

ongea

verschtah

kuelewa

froog

kuuliza

lose

kusikiliza

trinke

kunywa

ässe

kula

ufruume

nadhifisha

liebe

upendo

chochä

mpishi

fahre

gari

flüge

kuruka

segle

meli

rächne

kokotoa

läse

kusoma

leerä

kujifunza

schaffe

kazi

hürate

kuoa

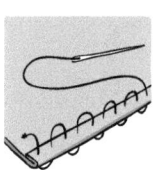

näije

kushona

Zäh putze

piga mswaki

töte

kuua

schlootä

moshi

sände

kutuma

Grossmuetter
ibi

Grossvater
babu

Vatter
baba

Muetter
mama

Baby
mtoto

Tochter
binti

Sohn
bin

Gast

mgeni

Tante

shangazi

Unkel

mjomba

Brüeder

kaka

Schwöschter

dada

Körpär

mwili

Stirn
paji la uso
Aug
jicho
Schultere
bega
Fingär
kidole
Gsicht
uso
Chüni
kidevu
Hand
mkono
Bei
mguu
Bruscht
matiti
Arm
mkono

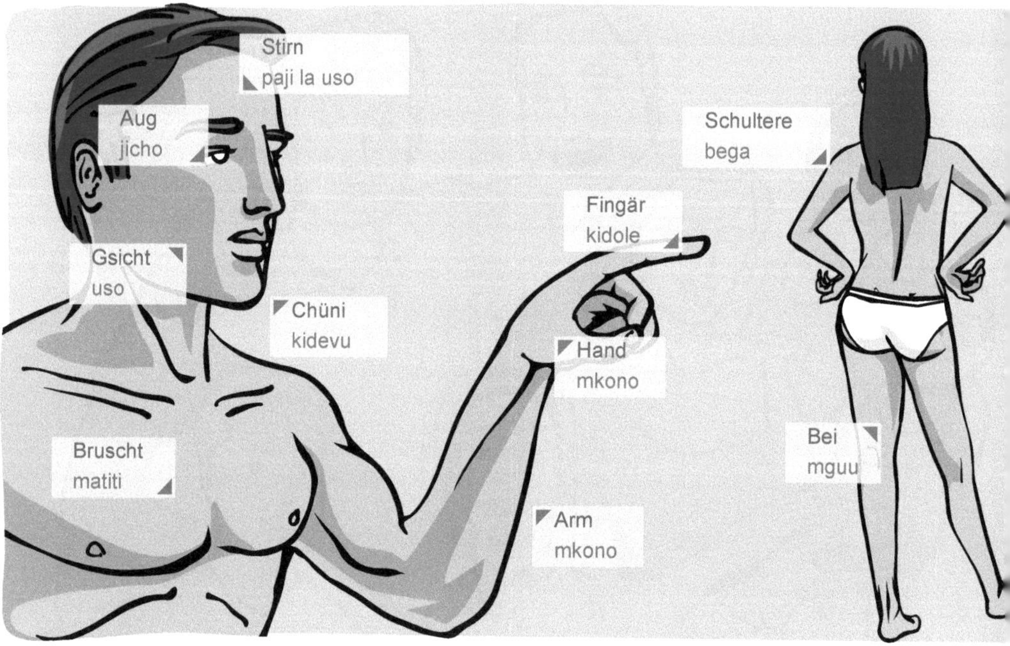

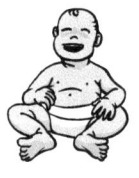

Baby

mtoto

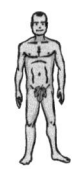

Mah

mwanamume

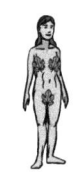

Frau

mwanamke

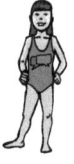

Meitli

msichana

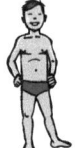

Bueb

mvulana

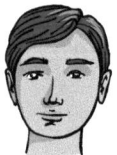

Chopf

kichwa

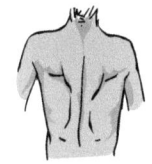

Ruggä

nyuma

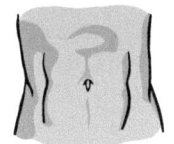

Buuch

tumbo

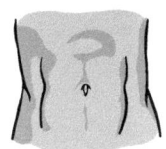

Buchnabel

kitovu

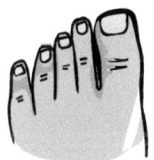

Zäche

chano

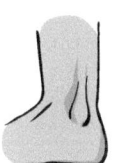

Fersä

kisigino

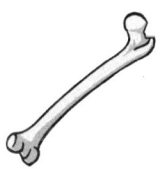

Knoche

mfupa

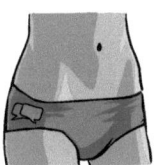

Hüfte

nyonga

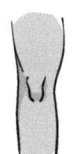

Chnü

goti

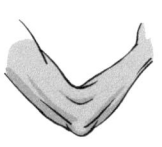

Ellbogä

kiwiko

Nase

pua

Füdli

chini

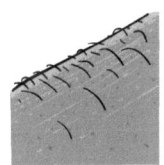

Hut

ngozi

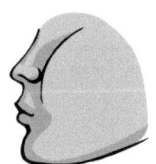

Bagge

shavu

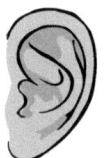

Ohr

sikio

Lippe

mdomo

Muul

kinywa

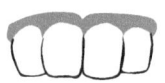

Zah

jino

Zungä

ulimi

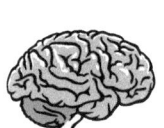

Hirni

ubongo

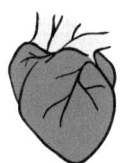

Härz

moyo

Muskel

misuli

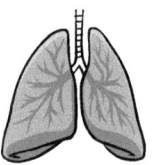

Lungä

pafu

Läberä

ini

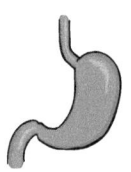

Magen

tumbo

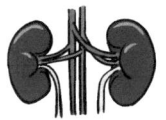

Nierä

figo

Gschlächtsvrkehr

jinsia

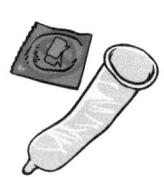

Kondom

kondomu

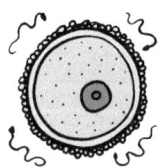

Eizälle

ovari

Soome

shahawa

Schwangerschaft

mimba

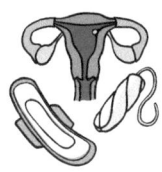

Menstruation

hedhi

Vagina

uke

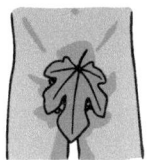

Penis

uume

Augebrauä

unyusi

Haar

nywele

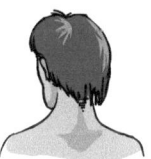

Hals

shingo

Spital
hospitali

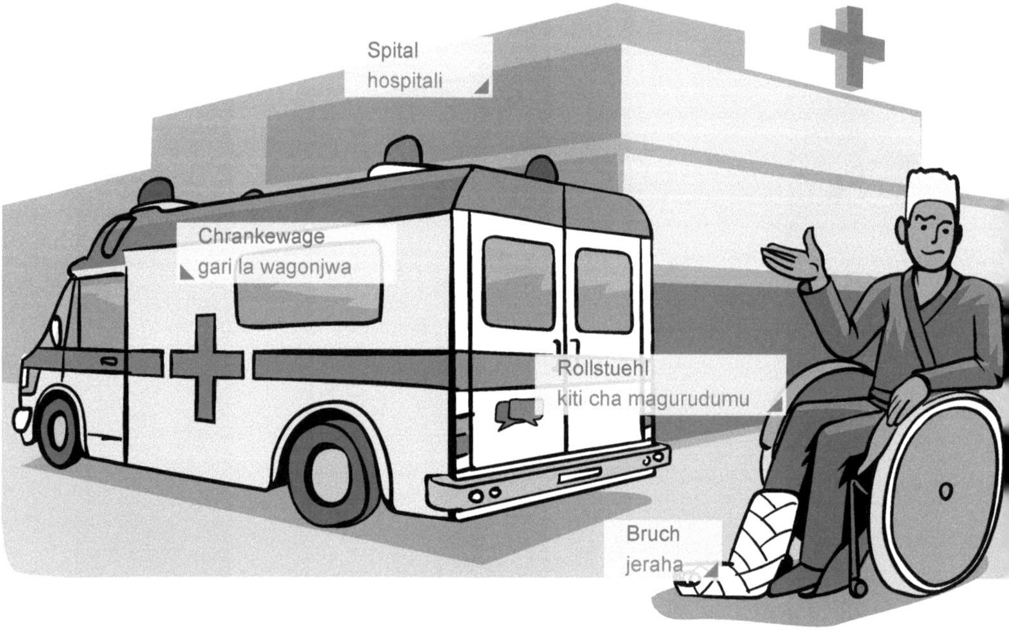

Spital
hospitali
Chrankewage
gari la wagonjwa
Rollstuehl
kiti cha magurudumu
Bruch
jeraha

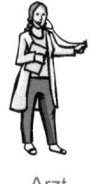

Arzt

daktari

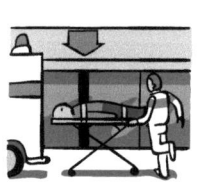

Notufnahm

chumba cha dharura

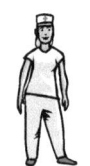

Chrankeschwöschter

muuguzi

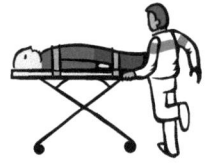

Notfall

dharura

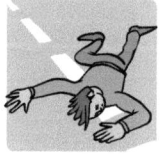

ohnmächtig

kupoteza fahamu

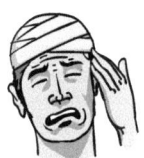

Schmärz

maumivu

Verletzig
kuumia

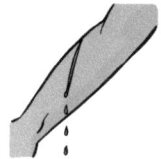

Bluätig
kutokwa na damu

Härzinfarkt
mshtuko wa moyo

Schlagahfall
kiharusi

Allergie
mzio

Hueschtä
kikohozi

Fieber
homa

Grippe
mafua

Durchfall
kuharisha

Kopfschmärze
maumivu ya kichwa

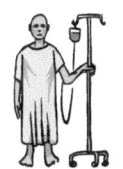

Kräbs
kansa

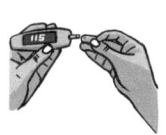

Diabetes
ugonjwa wa kisukari

Chirurg
daktari mpasuaji

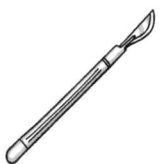

Skalpell
kisu kidogo cha kupasulia

Operation
operesheni

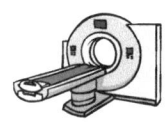

CT

picha changanufu ya mwili

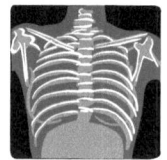

Röntgä

Eksrei

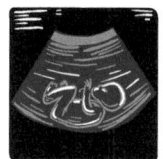

Ultraschall

mawimbi sauti

Gsichtsmaske

barakoa ya uso

Krankhet

ugonjwa

Wartezimmer

chumba cha kusubiri

Krückä

mkongojo

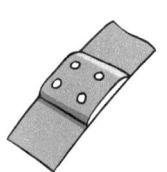

Pflaster

plasta

Vrband

bendeji

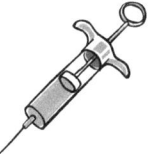

Injektion

sindano

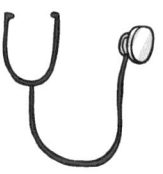

Stethoskop

stetoskopu

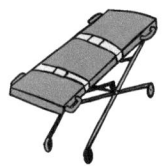

Trage

machela

Thermometer

kipimajoto cha kliniki

Geburt

kuzaliwa

Übergwicht

unene kupita kiasi

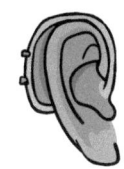		
Hörgrät	Desinfektionsmittel	Infektion
kusikia misaada	kipukusi	maambukizi

Virus	HIV / AIDS	Medizin
virusi	VVU / UKIMWI	dawa
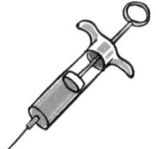	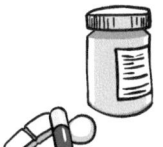	
Impfig	Tablette	Pille
chanjo	vidonge	kidonge

Notruef	Bluetdruck-Mässgrät	chrank / gsund
simu ya dharura	haemodainamometa	mgonjwa / mwenye afya

Notfall
dharura

Hiufe!

Msaada!

Alarm

kengele

Überfall

pigo

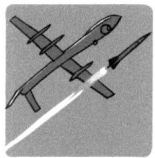

Ahgriff

shambulizi

Gfohr

hatari

Notuusgang

lango la dharura

Füür!

Moto!

Füürlöscher

kizima moto

Unfall

ajali

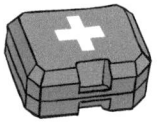

Ersti-Hilf-Koffer

vifaa vya huduma ya kwanza

SOS

wito wa msaada

Polizei

polisi

Europa

Ulaya

Nordamerika

Amerika ya Kaskazini

Südamerika

Amerika ya Kusini

Afrika

Afrika

Asie

Asia

Auschtralie

Australia

Atlantik

Atlantiki

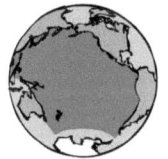

Pazifik

Pasifiki

Indische Ozean

Bahari ya Hindi

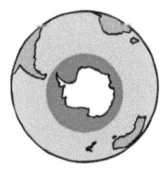

Antarktische Ozean

Bahari ya Antaktiki

Arktische Ozean

Bahari ya Aktiki

Nordpol

Ncha ya Kaskazini

Südpol

Ncha ya Kusini

Antarktis

Antaktika

Ärde

dunia

Land

nchi

Meer

bahari

Inslä

kisiwa

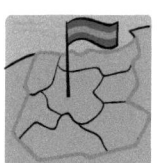

Nation

taifa

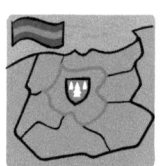

Staat

jimbo

Ziffereblatt

uso wa saa

Stundezeiger

akrabu ya saa

Minutezeiger

akrabu ya dakika

Sekundezeiger

akrabu ya sekunde

Wie spaht isch es?

Ni saa ngapi?

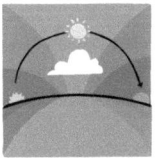

Tag

siku

Zit

wakati

jetzt

sasa

Digitaluhr

saa ya dijitali

Minute

dakika

Stunde

saa

Wuche
wiki

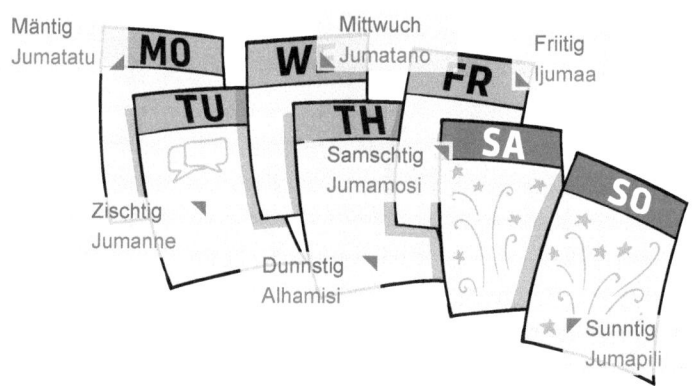

Mäntig Jumatatu
Mittwuch Jumatano
Friitig Ijumaa
Zischtig Jumanne
Samschtig Jumamosi
Dunnstig Alhamisi
Sunntig Jumapili

geschter

jana

hüt

leo

morn

kesho

Morgä

asubuhi

Mittag

saa sita mchana

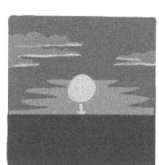

Aabig

jioni

Wärktag

siku za biashara

Wuchenänd

mwishoni mwa wiki

Johr
mwaka

Räge
mvua
Rägeboge
upinde wa mvua
Wind
upepo
Schnee
theluji
Früelig
majira ya machipuko
Herbscht
vuli
Summer
kiangazi
Winter
majira ya baridi

4.APRIL 11°
5.APRIL 4°
6.APRIL 13°
7.APRIL 8°
8.APRIL 10°

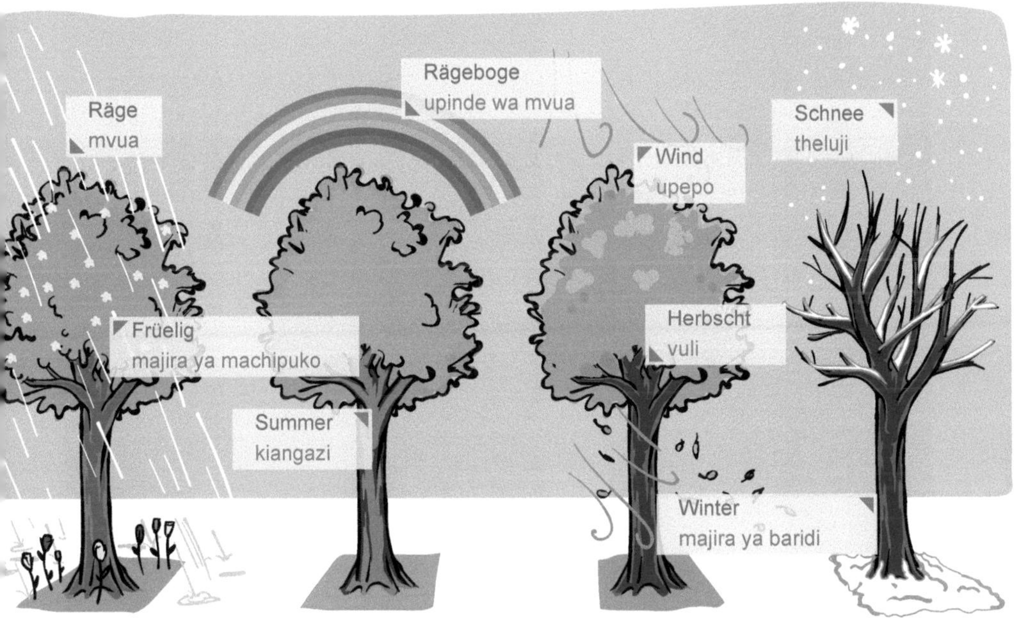

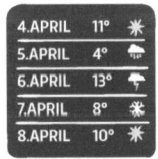

Wättervorhärsag
utabiri wa hali ya hewa

F
C
120
90
60
30
0
30
40
30
20
10
0
-10
-20

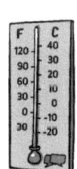

Thermometer
kipimajoto

Sunneschiin
mwanga wa jua

Wolkä
wingu

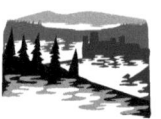

Näbel
ukungu

Fiechtigkeit
unyevu

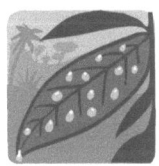

Blitz
umeme

Dunner
radi

Sturm
dhoruba

Hagel
mvua ya mawe

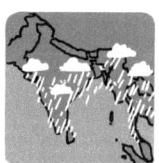

Monsun
monsuni

Fluet
mafuriko

Iis
barafu

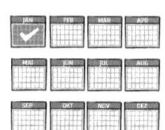

Januar
Januari

Februar
Februari

März
Machi

April
Aprili

Mai
Mei

Juni
Juni

Juli
Julai

Auguscht
Agosti

Johr - mwaka

Septämber
....
Septemba

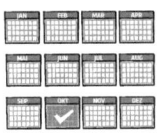

Oktober
....
Oktoba

Novämber
....
Novemba

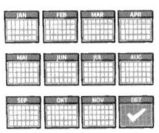

Dezämber
....
Desemba

Forme
maumbo

Kreis
....
mduara

Quadrat
....
mraba

Rächteck
....
mstatili

Dreieck
....
pembetatu

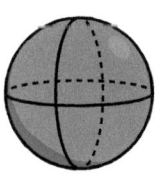

Chugele
....
nyanja

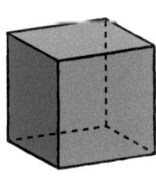

Würfel
....
mchemraba

Farbä
rangi

wiss
....
nyeupe

gäl
....
manjano

orange
....
chungwa

pink
....
rangi ya waridi

rot
....
nyekundu

liila
....
hudhurungi

blau
....
bluu

grüen
....
kijani

bruun
....
hanja

grau
....
jivujivu

schwarz
....
nyeusi

viel / wenig

mengi / kidogo

hässig / ruhig

hasira / pole

hübsch / hässlich

nzuri / mbaya

Ahfang / Ändi

mwanzo / mwisho

gross / chli

kubwa / ndogo

hell / dunkel

angavu / giza

Brüeder / Schwöschter

kaka / dada

suuber / dräckig

safi / chafu

vollständig / unvollständig

kamilika / tokamilika

Tag / Nacht

siku / usiku

tot / läbig

wafu / hai

breit / schmal

pana / nyembamba

ässbar / nid ässbar

kulika / kutolika

bös / fründlich

ovu / ema

uffreggt / glangwilt

sisimkwa / udhika

dick / dünn

nene / nyembamba

zerscht / zletscht

kwanza / mwisho

Fründ / Find

rafiki / adui

voll / läär

jaa / tupu

hart / weich

ngumu / laini

schwer / liecht

nzito / nyepesi

Hunger / Durscht

njaa / kiu

chrank / gsund

mgonjwa / mwenye afya

illegal / legal

haramu / kisheria

intelligänt / gatz

akili / kijinga

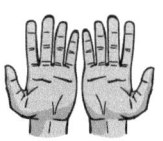

links / rächts

kushoto / kulia

nöch / wiit weg

karibu / mbali

neu / bruucht
mpya / kutumika

nüt / öpis
kitu / jambo

alt / jung
zee / changa

ah / uss
waka / zima

offe / zue
wazi / fungwa

lislig / luut
utulivu / kelele

riich / arm
tajiri / masikini

richtig / falsch
sahihi / kosa

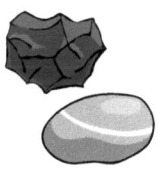

rau / glatt
mbaya / laini

truurig / glücklich
huzunika / furahia

churz / lang
fupi /ndefu

langsam / schnäll
polepole / haraka

nass / trochä
nyevu / kavu

warm / chalt
joto / baridi

Chrieg / Friede
vita / amani

Zahlä

nambari

0

Null

sufuri

1

eis

moja

2

zwei

mbili

3

drü

tatu

4

vier

nne

5

foif

tano

6

sächs

sita

7

sibe

saba

8

acht

nane

9

nün

tisa

10

zäh

kumi

11

elf

kumi na moja

12

zwölf

kumi na mbili

13

drizäh

kumi na tatu

14

vierzäh

kumi na nne

15

füfzäh

kumi na tano

16

sächzäh

kumi na sita

17

siebzäh

kumi na saba

18

achtzäh

kumi na nane

19

nünzäh

kumi na tisa

20

zwänzg

ishirini

100

Hundert

mia

1.000

Tuusig

elfu

1.000.000

Million

milioni

Änglisch

Kiingereza

Amerikanischs Änglisch

Kiingereza cha Marekani

Chinesisch Mandarin

Kimandarini cha Uchina

Hindi

Kihindi

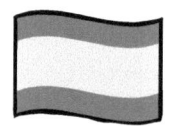

Spanisch

Kihispania

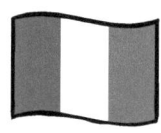

Französisch

Kifaransa

Arabisch

Kiarabu

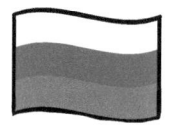

Russisch

Kirusi

Portugiesisch

Kireno

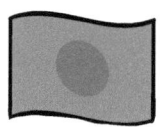

Bengalisch

Kibengali

Dütsch

Kijerumani

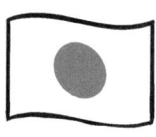

Japanisch

Kijapani

ich
mimi

du
wewe

är / sie / es
yeye / yeye / ni

mir
sisi

ihr
wewe

sie
wao

wär?
nani?

was?
nini?

wie?
jinsi gani?

wo?
wapi?

wänn?
lini?

Name
jina

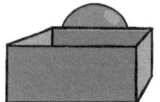

hinder
....
nyuma

in
....
katika

vor
....
mbele ya

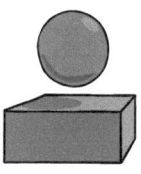

über
....
juu ya

uf
....
kwenye

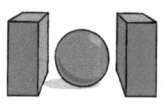

under
....
chini ya

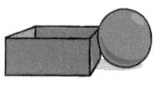

näbe
....
kando

zwüsche
....
kati

Ort
....
mahali